ராமேஸ்வரம்

வி.எஸ்.ரோமா

ISBN 978-1-63886-462-2

பொருளடக்கம்

1

இராமேஸ்வரம் இராமநாதசுவாமி கோயில்

பாடல் பெற்ற தலங்களில் ஒன்றாகும். சம்பந்தர், அப்பர் ஆகியோ-ரின் பாடல் பெற்ற இத்தலம் தமிழ்நாட்டின் இராமநாதபுரம் மாவட்டத்தில், ராமேஸ்வரத்தில் அமைந்துள்ளது. இந்தியாவில் உள்ள 12 ஜோதிர்லிங்-கத் தலங்களுள் ஒன்றாகக் கருதப்படுகிறது. இத்தலத்தில் இராவணனைக் கொன்ற பாவம் தீர இராமன் வழிபட்டான் என்பது தொன்மப்பிக்கை. இக்கோயிலின் மூலவர் பெயர் ராமநாதசுவாமி, அம்மன் பெயர் பர்வத வர்த்தினி.

மதுரையிலிருந்து கிழக்கே 161 கி. மீ., தொலைவில் வங்காள விரி-குடா கடற்கரையில் ராமேஸ்வரம் எனுமிடத்தில் அமைந்துள்ளது.

ராமன்சீதையை மீட்க ராவணனிடம் போர் புரிந்து கொன்றான். ராவ-ணனை கொன்ற பாவத்தினைநீங்க ராமன் மணலால் ஆன லிங்கத்தை வைத்து பிரதிஷ்டை செய்தார்.எனவே ராமனேஈஸ்வரனை வணங்கிய-தால் இக்கோயில் மூலவருக்கு இராமநாத சுவாமி என்றும்ராமேஸ்வரம் என்று பெயர் ஆனது. இங்குள்ள தீர்த்தத்தில் நீராடி நாகநாதரைவழி-பட்டால் பாவங்கள் நீங்கும் என நம்புகின்றர்

பாரத நாட்டின் மிகுந்த புனிதத் தலங்களாக நான்கு தலங்கள் மட்டும் கருதப்படுகின்றன. அவற்றுள் ஒன்று ராம்நாத் என்ற ராமேஸ்வரம் எஞ்-சிய மூன்று தலங்களும் வட நாட்டில் அமைந்து இருப்பன. இவை துவாரகநாத், பத்ரிநாத், கேதாரிநாத் என்ற வைணவத் தலங்கள்.

ராமேஸ்வரம் ராமநாதர் கோவில் ராமபிரானால் எழுப்பப்பட்ட…. பெருமையுடையது.

இத்தலத்து கோவிலில் எழுந்தருளியுள்ள ராமநாதப் பெருமானுக்கு நாள்தோறும் கங்கையிலிருந்து கொண்டுவரப்படும் தீர்த்தம் அபிஷேகம்

செய்யப்படுவது தனிச்சிறப்புடையது.

இதிகாச புராண காலத்திலிருந்தே ராமேசுவரம் புனித பூமி என்று இந்தியா முழுவதும் பேசப்பட்டது.

இத்தலத்திற்கு 'தேவநகரம்' 'தேவை' என்னும் திருப்பெயர்களும் உண்டு.

ராமேசுவரத்தில் உள்ள ஜோதிலிங்கம், இந்தியாவில் உள்ள ஜோதி-லிங்கங்களில் 7-வது லிங்கமாக கருதப்படுகிறது.

பாடல் பெற்ற சிவதலங்களுள் இத்தலமும் ஒன்று. இத்தலத்தை திரு-ஞான சம்பந்த சுவாமிகள் இரண்டு திருப்பதிகங்களாலும், திருநாவுக்கரசு சுவாமிகள் ஒரு திருப்பதிகத்தாலும் போற்றிப்பாடியுள்ளனர்.

.இத்தலத்திற்கு தமிழிலும், வடமொழியிலும் நூல்கள் உண்டு. மிகப்-பழைய நூல்களிலெல்லாம் இத்தலம் குறிக்கப்பெற்றுள்ளதால் இதன் பழமைச் சிறப்பு நன்கு விளங்குகின்றது.

.திருஞானசம்பந்தர், திருநாவுக்கரசர் ஆகியோரால் பாடப்பெற்ற தலம் இதுவாகும்.

ராமேஸ்வரம் அமைந்துள்ள ராமேஸ்வரம் **தீவு** முதலில் மதுரை பாண்டிய மன்னர்களது ஆட்சிப் பகுதிகளாக இருந்தது.

ராமேஸ்வரத்திற்கு 'கந்தமானதனபர்வதம்' என்ற புராணப்பெயரும் உண்டு.

தலம், தீர்த்தம், மூர்த்தி என்ற முப்பெரும் சிறப்புக்களை உடையது ராமேஸ்வரம்.

காசி யாத்திரை சென்றவர்கள், ராமேஸ்வரத்திற்கு சென்று தனுஷ்-கோடியில் தீர்த்தமாடி ராமேஸ்வர லிங்கத்தை வழிபட்டால் தான் அக்கா-சியாத்திரை முழுமை பெறும் என்பது இந்து சமயத்தவரின் கொள்கை-நம்பிக்கை.

காசி, ராமேஸ்வரம் யாத்திரை செல்பவர்கள் முதலில் ராமேஸ்வ-ரத்தில் அக்னி தீர்த்தத்தில் நீராடி, மணல் மற்றும் தீர்த்தம் எடுத்துக்-கொண்டு காசி சென்று, கங்கை தீர்த்தத்தில் மணலை போட்டுவிட்டு, காசி விஸ்வநாதருக்கு அக்னி தீர்த்தை அபிசேகம் செய்து, காசியிலி-ருது கங்கை தீர்த்தம் எடுத்து வந்து, ராமநாதருக்கு அபிசேகம் செய்ய வேண்டும்.

ராமேஸ்வரம் வருபவர்கள் முதலில் அக்னிதிர்த்தம் என்று கூறப்படும் கடலில் நிராடவேண்டும்

குளிர்ந்த கடலுக்கு அக்னி தீர்த்தம் என பெயர் ஏன்?

ராமேஸ்வரம்ராமநாதசுவாமி கோயில் முன்புள்ள கடலை அக்னி தீர்த்தம் என்கிறோம். குளிர்ந்ததண்ணீருடைய கடலுக்கு சுட்டெரிக்கும் அக்னியின் பெயரைச் சூட்ட காரணம்உண்டு. ராமபிரானின் மனைவி சீதாதேவி ராவணனால் இலங்கைக்கு கடத்திச்செல்லப்பட்டாள். அவளை மீட்டுக்கொண்டு ராமபிரான் ராமேஸ்வரம் வந்தார்.

ராவணனிடம் இருந்த அவள் கற்புடன் தான் இருக்கிறாளா என்று மக்கள் சந்தேகம் கொள்ளலாம் அல்லவா! எனவே, தன் மனைவி களங்கமற்றவள் என்பதை நிரூபிக்குமாறு கூறினார். சீதாதேவி இதற்காக சற்றும் தயங்கவில்லை. லட்சுமணனை அழைத்து அக்னி மூட்டச்சொன்னாள். அவன் தயங்கினான். "நாம் அயோத்தியை விட்டு கிளம்பும் போது, உன் தாய் சுமித்திரை சொன்னது நினைவில்லையா!

என்னைத் தன்னைப் போல் காக்க வேண்டுமென்று. இப்போது, உன் தாய் ஸ்தானத்தில் இருந்து உத்தரவிடுகிறேன். உம். தீயை மூட்டு," என்றாள். அவன் வேறு வழியின்றி கட்டைகளை எடுத்து வந்து அடுக்கி தீ மூட்டினான். "ஏ அக்னியே! நான் உன்னுள் இறங்குகிறேன். நான் கற்புடையயவள் என்பதை இத்தனை பேர் முன்னிலையிலும் நிரூபித்துக் காட்டு," என்றாள்.

கொழுந்து விட்டு எரிந்த அக்னிக்குள் அவள் இறங்கினாள். அக்னி பகவானுக்கு மகாசந்தோஷம். ஏனெனில், சீதை மகாலட்சுமியின் அவதாரம். அந்த மகாலட்சுமியின் ஸ்பரிசம் தனக்கு கிடைக்கிறதே என்ற ஆனந்தம். அவன் மனம் குளிர்ந்தான். அந்த ஆனந்தத் தில், அவனது இயற்கை குணமான வெப்பம் குளிராக மாறிவிட்டது.

சீதையை அவன் மனிதவடிவெடுத்து கைகளில் தூக்கி வந்து ராமனிடம் கொடுத்து, "தர்மபத்தினியான இவளை என்னால் எரிக்க முடியாது," என்றான். அவன் ராமேஸ்வரம் கடற்கரையில் இந்த அற்புதத்தை நிகழ்த்தியதால், அவனது பெயரே கடலுக்கும் அமைந்து விட்டது.

சீதை எப்படி அக்னியில் மூழ்கி தன்னைச் சுத்தமானவளாகக் காட்டினாளோ, அதுபோல், இங்கு வரும் பக்தர்களும் அக்னி தீர்த்தக் கடலில் மூழ்கி, தங்களைப் பாவமற்றவர்களாக்கிக் கொள்கிறார்கள். ராமேஸ்வரம் வருபவர்கள் தம்பதி சமேதராக வர வேண்டும்.

அக்னி தீர்த்தக் கடலில் நீராடும் போது, கையைப் பிடித்துக் கொண்டு மூழ்கி எழ வேண்டும் என்பது சாஸ்திரம். காசியிலுள்ள கங்-

கையில் நீராடும் போதும் இதே முறையில் கைகளைப் பிடித்துக் கொள்ள வேண்டும். குடும்ப ஒற்றுமைக்காக இவ்வாறு செய்ய வேண்டும்.'

ராமேஸ்வரம் ராமநாதசுவாமி கோவிலில் உள்ள 22 தீர்த்தங்கள்

ராமேசுவரம் செல்லும் பக்தர்கள் முதலில் கடலில் அக்னி தீர்த்தம் என்று அழைக்கப்படும் பகுதியில் நீராட வேண்டும். பின்னர் ராமேஸ்-வரம் ராமநாதசுவாமி கோவிலில் உள்ள 22 தீர்த்தங்களிலும் பின்வரும் வரிசையில் நீராட வேண்டும். இந்த தீர்த்தங்களில் நீராடினால் ஏற்படும் பலன்கள் பின்வருமாறு:-

மகாலட்சுமி தீர்த்தம் செல்வ வளம் பெருகும்

சாவித்திரி தீர்த்தம் :பேச்சுத்திறன் பெருகும்

காயத்ரி தீர்த்தம் : உலகத்தின் நன்மைக்காக

சரஸ்வதி தீர்த்தம் : கல்வி அபிவிருத்தி

சங்கு தீர்த்தம் : வாழ்க்கை வசதி அதிகரிப்பு

சக்கர தீர்த்தம் : மன உறுதி பெறுதல்

சேதுமாதவ தீர்த்தம் : தடைப்பட்ட பணிகள் சுலபமாகுதல்

நள தீர்த்தம் :

நீல தீர்த்தம் :

கவிய தீர்த்தம் :

கவாட்ச தீர்த்தம்

கந்தமாதன தீர்த்தம் :

பிரம்மஹத்தி விமோசன தீர்த்தம் :

கங்கா தீர்த்தம் :

யமுனை தீர்த்தம் :

கயா தீர்த்தம் :

சர்வ தீர்த்தம் :

சிவ தீர்த்தம் : சகல பீடைகளும் ஒழிதல்

சத்யாமிர்த தீர்த்தம் : ஆயுள் விருந்தி

சந்திர தீர்த்தம் : கலையார்வம் பெருகுதல்

சூரிய தீர்த்தம் : முதன்மை ஸ்தானம் அடைதல்

கோடி தீர்த்தம் : முக்தி (மறுபிறவி இல்லாத நிலை)

நந்தி அருகே விநாயகர் முருகனே மற்றும் நந்தியே வணங்கி ராம-நாதசுவாமியே வணங்கவும்

(குறிப்பு: கடைசியாக நவகிரகங்க தெய்வங்களை வழிபடவும்

இக்கோவிலுள்ள நந்தி வேலைபாடுமிக்க சுதையினாலான பெரிய உருவமுடையதாகும். இந்நந்தி 23 அடி நீளம், 12 அடி அகலம், 17 அடி உயரம் உடையதாக விளங்குகின்றது.

இங்கு கோயில் கொண்டுள்ள அம்மன் பெயர் பர்வத வர்தனி அம்-மன். பர்வதவர்த்தினி அம்பிகை பீடத்திற்கு கீழே ஆதிசங்கரர் நிறுவிய ஸ்ரீசக்கரம் உள்ளது. சக்தி பீடங்களில் இத்தலம், சேதுபீடம் ஆகும். அம்பிகைக்கு சித்திரைப் பிறப்பன்று மட்டும் சந்தனக்காப்பு அலங்கா-ரம் செய்கின்றனர். அம்மன் சன்னதி பிரகாரத்தில் வீடணன் அமைத்த ஆதிசேசன் மீது பள்ளி கொண்ட கோலத்தில் பெருமாள் காட்சி தருகி-றார்.

அம்பாள் சன்னதியில் அஷ்டலட்சுமி மற்றும் மேற்கு நோக்கிய சண்டிகேஸ்வரி ஆகியோர் உள்ளனர் இந்த சன்னதிக்குத் தென்கிழக்கு மூலையில் கல்யாண சுந்தரேசர் சிலை இடம் பெற்றுள்ளது. அவரது அருகில் வடக்கு நோக்கியவாறு பிரம்மன். திருமால் ஆகியோரது சிலைகளும் நிலைபெற்று உள்ளன இதனையடுத்து மேற்குப் பிரகாரத்தின் தெற்கு மூலையில் சவுபாக்கிய கணபதியும் சந்தான கணபதியும் எழுந்-தருளியுள்ளனர். அதே பிரகாரத்தில் ப்ராமி, மாஹேஸ்வர, கவுமாரி, வைஷ்ணவி, வராகி, மாஹேந்திரி, சாமுண்டி முதலிய சப்த மாதர் சிலைகள் இருக்கின்றன.

முதல் பிரகாரத்தில் சீதை அமைத்த மணல் லிங்கத்திற்கு ராமர் பூஜை செய்யும் சன்னதி அமைந்துள்ளது.

பல்லாயிரக்கணக்கான ருத்ராட்சங்கள் சேர்த்து பின்னப்பட்ட பந்தலில் நடராஜர் காட்சி தருகிறார். யோகக் கலையில் தேர்ச்சி பெறவும், நாக-தோஷ நிவர்த்திக்காகவும் இந்த சன்னதியில் நாகவடிவில் உள்ள பதஞ்-சலி முனிவரிடம் வேண்டிக்கொள்கிறார்கள்.

இரு லிங்கங்களுக்கு மத்தியில் சரஸ்வதி, சங்கரநாராயணர், அர்த்த-நாரீஸ்வரர், ஏகாதச ருத்ர லிங்க சன்னதிகள் அமைந்துள்ளது.

ஸ்படிகலிங்க பூஜை

கர்ப்பகிரகத்தில் உள்ள ஆதிசங்கரர் பிரதிஷ்டை செய்த ஸ்படிக லிங்கத்திற்கு நாள் தோறும் காலை 5 மணி முதல் ஆறு மணி முடிய பாலாபிசேகம் செய்யப்படுகிறது.

பர்வதவர்த்தினி அம்பிகை தங்க பல்லாக்கில் எழுந்தருதல் விசேஷம் வெள்ளி கிழமை தோறும் மேல தாளம் முழங்க விநாயகர் சிம்ம

மகாலட்சுமி தீர்த்தம் — செல்வ வளம் பெருகும்

சாவித்திரி தீர்த்தம் — பேச்சுத் திறன் வளரும்

காயத்ரி தீர்த்தம் — உலக நன்மை உண்டாகும்

சரஸ்வதி தீர்த்தம் — கல்வியில் உயர்வு தரும்

சங்கு தீர்த்தம் — வசதியாக வாழ்வு அமையும்

சக்கர தீர்த்தம் — மன உறுதி கிடைக்கும்

சேதுமாதவ தீர்த்தம் — தடைபட்ட பணிகள் தொடரும்

நள தீர்த்தம் — தடைகள் அகலும்

நீல தீர்த்தம் — எதிரிகள் விலகுவர்

கவய தீர்த்தம் — பகை மறையும்

கவாட்ச தீர்த்தம் — கவலை நீங்கும்

கந்தமாதன தீர்த்தம் — எத்துறையிலும் வல்லுநர் ஆகலாம்

பிரம்மஹத்தி தீர்த்தம் — பிரம்மஹத்தி தோஷம் நீங்கும்

கங்கா தீர்த்தம் — பாவங்கள் அகலும்

யமுனை தீர்த்தம் — பதவி வந்து சேரும்

கயா தீர்த்தம் — முன்னோர் ஆசி கிடைக்கும்

சர்வ தீர்த்தம் — முன்பிறவி பாவம் விலகும்

சிவ தீர்த்தம் — சகல பிணிகளும் நீங்கும்

சத்யாமிர்த தீர்த்தம் — ஆயுள் விருத்தியாகும்

சந்திர தீர்த்தம் — கலை ஆர்வம் பெருகும்

சூரிய தீர்த்தம் — முதன்மை ஸ்தானம் கிடைக்கும்

கோடி தீர்த்தம் — முக்தி அடையலாம்

எத்தகைய கொடிய தோஷமாக இருந்தாலும், ராமேஸ்வரம் கடலில் நீராடி எழுந்து, ஈசனை வழிபட்டால் உடனே விலகும் என்பது பக்தர்களின் நம்பிக்கை.

நம்முடைய முன்னோர்களை அவர்கள் இறந்த நாளில், நினைவு கூர்ந்து வழிபடுவது பித்ரு வழிபாடு' ஆகும். இறந்துபோன மூதாதையர் தென் திசையில் உறைவதாக ஐதீகம். இதன் பொருட்டே பித்ருக்களை 'தென்புலத்தார்' என்றும் குறிப்பிட்டுள்ளனர்.

மகாளய பட்சம், கிரகண காலங்கள், தமிழ் மாத பிறப்பு, அமாவாசை, பித்ருக்களின் திதி நாட்களில், முன்னோர்களை நினைத்து தர்ப்பணம் கொடுத்து, படையல் போட்டு வழிபடவேண்டும். அதிலும் மகாளய பட்-சத்தில் தம் சந்ததியினரைத் தேடி பித்ருலோகத்தில் இருந்து பித்ருக்கள் பூலோகம் வருவதாகவும், அப்போது சந்ததியினர் கொடுக்கும் படைய-லைப் பெற்று நேரில் ஆசி வழங்குவதாகவும் ஐதீகம். இதனால் தான் மகாளயபட்ச அமாவாசை சிறப்புக்குரியதாகிறது. எனவே மகாளய பட்ச நாட்களில் வீடுகளை மிகவும் தூய்மையாக வைத்திருக்க வேண்டும்.

'மகாளயம்' என்றால் 'பித்ருக்கள் வாழும் இடம்' என்று பொருள். 'பட்-சம்' என்றால் 'பதினைந்து நாட்கள்' ஆகும். (சில வருடங்களில் பதி-னான்கு அல்லது பதினாறு நாட்களும் வரலாம். 'மகாளய பட்சம்' என்-றால் பித்ருக்கள் பூலோகம் வந்து தங்கியிருக்கும் பதினைந்து நாட்கள் எனப்படும்.

புரட்டாசி மாத பவுர்ணமிக்கு மறுநாள் பிரதமை திதியில் தொடங்கி புரட்டாசி அமாவாசை வரை மகாளயபட்சம் நீடிக்கும். அந்தப் பதி-னைந்து நாட்களும் பித்ருக்களுக்கு தர்ப்பணம் செய்து, காகத்திற்கு நண்-பகலில் உணவு படைத்து, ஏழைகளுக்கு அன்னதானமும் செய்திடல் வேண்டும். நிறைவுநாளான மகாளய அமாவாசையன்று பித்ருக்களுக்கு தர்ப்பணம் செய்து நண்பகலில் படையல் படைத்து, ஏழைகளுக்கு அன்-னதானம் செய்து, அன்று மாலையில் அருகிலுள்ள பழமையான சிவா-லயத்தில் மோட்ச தீபம் ஏற்றி வழிபட வேண்டும்.

பெரும்பாலும் பித்ரு தோஷத்தால் தான், சரியான காலத்தில் திருமணம் ஆகாமல் போவது, குடும்ப உறவுகளில் சிக்கல், ஜாதக தோஷங்கள், எதிர்பாராத விபத்துகள், வியாபார நஷ்டங்கள், வம்ச விருத்தியின்மை போன்றவை ஏற்படுகின்றன. பித்ரு தர்ப்பணம் செய்வது அனைவரின் கடமை.

பித்ரு தர்ப்பணம் கொடுக்கவும், பித்ரு வழிபாடு செய்யவும், பித்ரு சாபங்-கள் மற்றும் பித்ரு தோஷங்களை போக்கிக்கொள்ளவும் ராமேஸ்வரம், திருச்சிராப்பள்ளி, திருமறைக்காடு, பவானி, திருவையாறு, கன்னியாகு-மரி, திருக்குற்றாலம், திருவீழிமிழலை, திருவாஞ்சியம், காவிரிப்பூம்பட்டி-னம், திருப்புவனம், திருவெண்காடு என பல திருத்தலங்கள் இருந்தா-லும், அவற்றில் முதன்மையானது ராமேஸ்வரம். பன்னிரு ஜோதிர்லிங்கத் தலங்களுள் இத்தலமும் ஒன்றாகும்.

தன்னுடைய பிரம்மஹத்தி தோஷம் விலகுவதற்காக, ராமேஸ்வரத்தில் சிவலிங்கம் பிரதிஷ்டை செய்து வழிபட வேண்டும் என்று ராமர் முடிவு

செய்தார். அதற்காக ஒரு சிவலிங்கத்தை, காசியில் இருந்து கொண்டுவ-ரும்படி அனுமனிடம் கூறினார். ஆஞ்சநேயர் காசியை நோக்கிப் பறந்-தார். ஆனால் அவர் வருவதற்கு தாமதம் ஆகிப்போனது.

குறிப்பிட்ட காலத்திற்குள் சிவலிங்க பூஜை செய்ய எண்ணினார் ராம-பிரான். அவரது எண்ணத்தைப் புரிந்து கொண்ட சீதாதேவி, கடற்கரை மணலிலேயே ஒரு அற்புதமான சிவலிங்கத்தை செய்து முடித்தார். அந்த லிங்கத்திற்கு பூஜை செய்து வழிபட்டார், ராமபிரான். இந்த லிங்கமே ராமேஸ்வரம் தலத்தில் 'ராமலிங்கம்' என்று அழைக்கப்படுகிறது. காலம் தாழ்ந்து அனுமன் கொண்டு வந்த லிங்கம், 'விஸ்வ லிங்கம்' என்ற பெயரில் பிரதிஷ்டை செய்யப்பட்டுள்ளது.

இங்கு உள்ள விசாலாட்சி அம்மன் சன்னிதி அருகில், ராமர் தன் வில்-லால் உருவாக்கிய 'கோடி தீர்த்தம்' இருக்கிறது. சிவலிங்க பிரதிஷ்டை-யின் போது ராமர் இந்த தீர்த்த நீரையே பயன்படுத்தியதாக புராண வரலாறு தெரிவிக்கிறது. வட இந்தியாவில் இருந்து வரும் பக்தர்கள் கங்கை நீரைக் கொண்டு, இங்குள்ள ராமலிங்கத்தையும், இங்குள்ள கோடி தீர்த்தத்தை எடுத்துச் சென்று காசியில் உள்ள காசி விஸ்வநாத-ரையும் பூஜிப்பது வழக்கமாக நடைபெற்று வரும் நிகழ்வாகும்.

கோடி தீர்த்தம் அருகில் பாதாள பைரவர் அருள்பாலிக்கிறார். ராமபி-ரான், இங்கு சிவலிங்கம் பிரதிஷ்டை செய்து வழிபட்டபோது, அவரைப்-பிடித்திருந்த பிரம்மஹத்தி தோஷம் விலகியது. ராமரை விட்டு நீங்கிய பிரம்மஹத்தியால் பிறருக்கு பாதிப்பு ஏற்படாமல் இருக்க, ஈசன் பைரவ மூர்த்தியை அனுப்பினார். பைரவர், பிரம்மஹத்தியை தனது காலால் அழுத்தி பாதாளத்தில் தள்ளினார். எனவே அவர் 'பாதாள பைரவர்' என அழைக்கப்படுகிறார். இந்த பைரவரை வழிபட்டால் கொடிய தோஷங்களும், வறுமை, நோய் யாவும் உடனடியாக அகலும் என்பது நம்பிக்கையாக உள்ளது. அஷ்டமி, அமாவாசை, மகாளய பட்ச புண்-ணிய நாட்களில் பாதாள பைரவருக்கு 5 நல்லெண்ணெய் தீபம் ஏற்றி வழிபட்டால் சிறப்பான பலன் கிடைக்கும்.

ஜோதிர்லிங்க தலங்களில் ஒன்றான ராமேஸ்வரம், சம்பந்தர் மற்றும் அப்-

பரால் பாடல் பெற்ற தலமாகும். இத்தல மூலவர் சன்னிதியில் உள்ள படிக லிங்கத்திற்கு தினமும் ஆறு கால பூஜை நடக்கிறது. 'ஸ்படிக லிங்க தரிசனம் கோடி பாப விமோசனம்' என்பர். இந்த ஸ்படிக லிங்கம் ஆதி-சங்கரரால் பிரதிஷ்டை செய்யப்பட்டது. இத்தல பர்வதவர்த்தினி அம்-மனை நவராத்திரி நாட்களில் வழிபடுவது இங்கு சிறப்பாக சொல்லப்-படுகிறது. அம்பாள் பீடத்திற்கு கீழ் ஆதிசங்கரர் ஸ்தாபித்த ஸ்ரீசக்கரம் உள்ளது.

எத்தகைய கொடிய தோஷமாக இருந்தாலும், ராமேஸ்வரம் கடலில் நீராடி எழுந்து, ஈசனை வழிபட்டால் உடனே விலகும் என்பது பக்தர்க-ளின் நம்பிக்கை. இங்குள்ள அக்னி தீர்த்தக் கடலில் நீராடி, அந்த கடல் மண்ணில் சிவலிங்கம் பிடித்து பூஜித்து வழிபட்டால் முற்பிறவி, இப்பிறவி தோஷங்கள் விலகும் என்கிறார்கள்.

காசி யாத்திரை செய்பவர்கள் முதலில் இத்தல வழிபாடு செய்து, காசி-யில் விஸ்வநாதரையும், காசி காலபைரவரையும் வழிபட வேண்டும். பின்னர் கங்கையில் தீர்த்தம் எடுத்து, மீண்டும் ராமேஸ்வரம் வந்து ராம-நாத சுவாமிக்கு கங்கா அபிஷேகம் செய்து வழிபட்ட பிறகே, காசி யாத்-திரை முழுமை பெறும்.

ராவணன் அசுரனாக வாழ்ந்தாலும், பிராமண குலத்தில் தோன்றியவன். ஆகையால் தான் அவனைக் கொன்ற ராமருக்கு, 'பிரம்மஹத்தி தோஷம்' பிடித்துக்கொண்டது. மேலும் ராவணன் மிகச் சிறந்த மாவீரராக அறியப்பட்டவன். கார்த்தவீர்யார்ஜுனன், வாலி ஆகிய இருவரையும் தவிர, தன்னுடன் போரிட்ட அனைவரையும் வெற்றி கொண்டவன்.

ஒரு சிறந்த வீரனைக் கொன்றதால் ராமருக்கு, 'வீரஹத்தி தோஷம்' உண்டானது. மூன்றாவதாக, ராவணன் சிறந்த சிவபக்தன். வீணை வாசிப்பதில் வல்லமை படைத்தவன். அதுவும் சாம கானம் பாடுவதற்கு அவனுக்கு நிகராக எவருமில்லை. இதனை 'சாயை' என்பார்கள். சாயை என்பது ஒளியை குறிக்கும். ஒளி போன்ற பெருமை வாய்ந்த குணங்-களை குறிப்பிடும் 'சாயை' பெற்ற ராவணனைக் கொன்றதால், ராமரை 'சாயாஹத்தி தோஷம்' பற்றிக்கொண்டது.

சாயாஹத்தி தோஷம் நீங்க பட்டிஸ்வரத்தில் சிவலிங்கம் பிரதிஷ்டை செய்து வழிபட்டார் ராமபிரான். அதே போல் வீரஹத்தி தோஷம் விலக, வேதாரண்யம் (திருமறைக்காடு) என்ற திருத்தலத்தில் சிவலிங்கம் பிரதிஷ்டை செய்து பூஜித்தார். விச்ரவஸ் என்ற பிராமண மகரிஷியின் பிள்ளையான ராவணனை சம்ஹாரம் செய்ததால், ராமருக்கு `பிரம்மஹத்தி தோஷம்' ஏற்பட்டது. இந்த தோஷத்தை அவர் போக்கிக்கொண்ட இடம்தான் ராமேஸ்வரம்.

மதுரையில் இருந்து 152 கிலோமீட்டர் தூரத்தில் ராமேஸ்வரம் அமைந்து உள்ளது.

இந்த உலகில் தோன்றிய எந்த ஒரு உயிரும் இறைவன் தோற்றுவித்தது தான். இதில் மனிதர்கள் உட்பட எந்த ஒரு விலங்கை கொன்றாலும், கொன்றது இறைவனாகவே இருந்தாலும் அந்த பாவச்செயலின் வினைகளிலிருந்து தப்ப முடியாது. அப்படி சிறந்த சிவ பக்தனான "'"ராவணனை" கொன்றதால் ஏற்பட்ட "பிரம்மஹத்தி தோஷத்தை" அயோத்திய அரசன் "ஸ்ரீ ராமச்சந்திர மூர்த்தி"'" போக்கி கொண்ட ராமேஸ்வரம் அருள்மிகு ஸ்ரீ ராமநாத சுவாமி கோவிலை பற்றி சில தகவல்களை இங்கு தெரிந்து கொள்ளலாம்.

ராமேஸ்வரம் தல வரலாறு

வங்காள விரிகுடா கடலில் இலங்கைக்கு சற்று அருகில் இருக்கும் தீவு தான் ராமேஸ்வரம். இந்த ராமேஸ்வரத்திலிருந்து தான் கடலின் மீது பாலம் அமைத்து இலங்கைக்கு சென்று ஸ்ரீராமச்சந்திர மூர்த்தியும் அவரது வானர சேனைகளும் "இலங்கை வேந்தன்" ராவணனுடன் போரிட்டு அவனை வீழ்த்தி, சீதா தேவியை மீட்டார்.மிகவும் பழமையான கோவிலான இதன் தெய்வம் சிவபெருமான் ஆவார். ஸ்ரீ ராமச்சந்திரமூர்த்தி இவரை வழிபட்டு பலன் பெற்றதால் ராமநாதர் என அழைக்கப்படுகிறார். அம்பாள் பர்வத வர்தினி என போற்றப்படுகிறாள்.

இராமாயணத்தில் சீதையை இலங்கைங்கு கவர்ந்து சென்ற இலங்கேஸ்வரனான ராவணனை போரில் கொன்றதால் ஸ்ரீ ராமச்சந்திரமூர்த்

தியை பிரம்மஹத்தி தோஷம் பற்றியது. இந்த தோஷத்தை நீக்க வட பாரதத்தில் இருந்து சிவலிங்கத்தை கொண்டு வந்து இங்கு பிரம்மஹத்தி தோஷத்திற்கு பரிகார பூஜை செய்ய நினைத்தார் ஸ்ரீராமர். லிங்கத்தை கொண்டுவருவதற்கு வட நாட்டிற்கு வான் மார்க்கம் வழியாக சென்றார் ஆஞ்சநேயர். அவர் வருவதற்கு தாமதமாகவே இந்த கடற்கரை மணலி-லேயே சீதா தேவி லிங்கத்தை உண்டாக்க, அதற்கு பூஜைகள் செய்து வழிபட்டார் ஸ்ரீராமர், சீதை மற்றும் லட்சுமணர். லிங்கத்தை தாமத-மாக கொண்டு வந்த அனுமார் ராமர் செய்த மணல் லிங்கத்தை தனது வாலால் அடித்து தகர்க்க முயன்று தோற்றார். ஆஞ்சேநேயரின் வாலின் அடையாளம் இன்று ராமேஸ்வர கோவில் லிங்கத்தில் பார்க்க முடிவ-தாக கூறுகிறார்கள். ஆஞ்சேநேயர் தனக்காக கஷ்டப்பட்டு லிங்கத்தை கொண்டு வந்ததற்கு மதிப்பளிக்கும் வகையில் ஆஞ்சநேயர் கொண்டு-வந்த விஸ்வநாதர் லிங்கத்திற்கு பிரதான பூஜை நடந்த பிறகே, சீதா தேவி மணலில் செய்த ராமநாதர் லிங்கத்திற்கு பூஜைகள் செய்யப்படுகி-றது.

பாண்டியர்கள் காலத்திலும் இன்ன பிற மன்னர்கள் ஆட்சி காலத்-திலும், ராமநாதபுரத்தை ஆட்சி புரிந்த சேதுபதி மன்னர்கள் ஆட்சியின் போதும் இக்கோவில் நன்கு சீர்திருத்தி கட்டப்பட்டது. இந்தியாவிலேயே 690 அடி நீளமும், 435 அடி அகலமும், 1212 தூண்களும் கொண்ட பிரகாரம் இக்கோவிலின் சிறப்பாகும். இந்தியாவிலிருக்கும் 12 ஜோதிர்-லிங்கங்களில் இதுவும் ஒன்று. இந்த கோவிலில் இருக்கும் அக்னி தீர்த்-தம் சீதை தனது கற்பை நிரூபிக்க அக்னி பிரவேசம் செய்த போது, அவளை தீண்டிய பாவத்திற்காக நெருப்பு கடவுளான அக்னி பகவான் இக்கடல் பகுதியில் நீராடி, ராமநாதரை வழிபட்டு தனது பாவங்களை போக்கி கொண்டார். இங்கு அக்னி தீர்த்தம் உட்பட 22 புனித தீர்த்தங்-கள் இருக்கின்றன. அவை அனைத்திலும் நீராடுவது மிகுந்த புண்ணி-யத்தை சேர்க்கும். நமது அனைத்து பாவங்களையும் போக்கும்.

காசி மற்றும் ராமேஸ்வரம் நமது பாரதத்தில் இரு முக்கிய புண்ணிய தலங்களாகும். காசி ராமேஸ்வரத்திற்கு புண்ணிய யாத்திரை மேற்கொள்-பவர்கள் ராமேஸ்வரம் வந்து அக்னி தீர்தத்தில் நீராடி, இந்த கடற்கரை மணலை எடுத்துக்கொண்டு காசியின் கங்கை நதியில் சேர்க்கவேண்-டும். அங்கு காசி விஸ்வநாதரை தரிசித்து, அங்குள்ள கங்கை தீர்த்தை கொண்டு வந்து ராமேஸ்வர ராமநாதருக்கு அபிஷேகம் செய்து வணங்க

வேண்டும். இவ்வாறு ராமேஸ்வரத்தில் ஆரம்பிக்கும் புனித யாத்திரையை ராமேஸ்வரத்திலேயே முடிக்க வேண்டும் என்பது ஐதீகம்.

கோவில் அமைவிடம்

அருள்மிகு ராமநாதசுவாமி திருக்கோவில் ராமநாதபுரம் மாவட்டத்-தின் கடற்கரைக்கு அருகில் இருக்கும் ராமேஸ்வரம் என்கிற தீவில் அமைந்துள்ளது. இக்கோவிலுக்கு செல்வதற்கு ராமநாதபுரத்திலிருந்து ராமேஸ்வரத்திற்கு கடல் மீது கட்டப்பட்டிருக்கும் ரயில் மற்றும் வாகனங்-கள் செல்லும் மிக நீளமான பாலத்தின் வழியே மட்டுமே செல்ல முடி-யும்.

கோவில் நடை திறந்திருக்கும் நேரம்

காலை 4 மணி முதல் மதியம் 1 மணி வரை. பிற்பகல் 3 மணி முதல் இரவு 8.30 வரை

கோவில் முகவரி

அருள்மிகு ராமநாதசுவாமி திருக்கோவில்

ராமேஸ்வரம்

ராமநாதபுரம் மாவட்டம் — 623 526

தொலைபேசி எண்

4573 221223

இராமேஸ்வரமும் தனுஷ்கோடியும்

தமிழகத்தின், சுற்றுலா தலம் என்று நம் மனதில் நினைக்கும்போது சற்றும் யோசனை இன்றி நினைவுக்கு வரும் சில இடங்களில் இரா-மேஸ்வரமும் ஒன்று.

காந்தமதனா பர்வதம், ஆதாம் பாலம், நம்பு நாயகி அம்மன் கோவில், பஞ்சமுக அனுமான் கோவில், கோதண்டராமர் கோவில், அக்னி தீர்த்-தம், அரியமான் கடற்கரை, ஸ்ரீ இராமநாதசுவாமி கோவில், உத்திரகோ-சமங்கை, இராமலிங்கவிலாசம் அரண்மனை, குருசடை தீவு, கோவில் குளங்கள், நீர் பறவை சரணாலயம், சாட்சி அனுமான் கோவில், ஜடா தீர்த்தம், விழுதி தீர்த்தம் என்று அனைத்து தரப்பட்ட மக்களின் விருப்பத்தை பூர்த்தி செய்யும் சுற்றுலா தலமாகவும்,அன்மீக தலமாக-வும் இருந்து வருகிறது. ஏன் இந்தியாவிலிருந்தும், உலகத்தின் பல்வேறு நாடுகளில் இருந்தும் சுற்றுலா பயணிகள் வந்து செல்கின்றனர்.

வாகனத்திலும் அம்பாள் தங்க பல்லாக்கில் பவனி

பள்ளியறை பூஜையில் இங்கு சுவாமி புறப்பாடு ஸ்வர்ணலிங்க வடி-வில் மற்ற சிவ ஆலயங்களில் விட

(தங்க சிலை சிவ உருவ வடிவம்) சுவாமி பல்லாக்கில் சயன கோலத்தில் நாதஸ்வர மேல இசை முழங்க அம்பாள் சன்னதி உள்ள பள்ளியறைக்கு சுவாமி வருகை அம்மை அப்பனுக்கு பிரசாதம் படைத்த பிறகு வெள்ளி உஞ்சலில் ஆட மகா திப ஆராதனைகளுடன் பள்ளி-யறை பூஜை வெள்ளி கிழமை அன்று ஆற்புத தரிசனம் காண வாய்ப்பு கிடைத்தது பைரவரக்கு பூஜைகள் முடிந்து நடை சாற்றபட்டது

22 தீர்த்தங்கள்

ராமேஸ்வரம் ராமநாதர் கோவிலில் சுவாமி தரிசனத்தை விடவும், அங்குள்ள தீர்த்தங்களில் நீராடுவதுதான் சிறப்பு வாய்ந்ததாக இருக்கி-றது.

ராமேஸ்வரம் ராமநாதர் கோவிலில் சுவாமி தரிசனத்தை விடவும், அங்குள்ள தீர்த்தங்களில் நீராடுவதுதான் சிறப்பு வாய்ந்ததாக இருக்கி-றது. ஆலயத்தின் உள்ளே 22 தீர்த்தங்களும், வெளியே 22 தீர்த்தங்-களும் இருப்பதாக கூறப்படு கிறது. ஆலயத்தின் உள்ளே உள்ள தீர்த்-தங்கள் எல்லாம் கிணறுகளாக அமைந்தவை. அக்னி தீர்த்தம் என்று கூறப் படும் ராமேஸ்வரம் சமுத்திரக் கரையில் தான் தீர்த்தமாடு வதைத் தொடங்க வேண்டும். பின்னர் ஆலயத்தில் உள்ள மற்ற தீர்த்தங்களில் நீராட வேண்டும் என்பது ஐதீகம்.

சீதாதேவியின் கற்பை நிரூபிப்பதற்காக, அவளை அக்னி பிரவேசம் செய்ய வைத்தார் ராமர். அப்போது சீதையின் கற்புத் திறன், அக்-னியையே சுட்டதாகவும், அந்த வெம்மை தாளாத அக்னி பகவான், இந்தக் கடலில் மூழ்கி தனது வெப்பத்தைத் தணித்ததாகவும் புராண வரலாறு கூறுகிறது. மேலும் சீதையை தொட்ட தோஷம் நீங்குவதற்கா-கவும், அக்னி பகவான் இந்தக் கடலில் நீராடியதாக புராணம் தெரிவிக்-கிறது. அக்னி தீர்த்தத்தில் நீராட, கடலில் இடம் ஏற்படுத்திக் கொடுக்-கப்பட்டுள்ளது.

தீர்த்தங்களும்.. பலன்களும்.

பாம்பன் பாலம்

இன்னும் சொல்லப்போனால் இராமேஸ்வரம் அடையும் போதே நமக்கு இனம் புரியாத ஒரு ஆற்பரிப்பு ஏற்படும். குறிப்பாக கடலை கடந்து தான் இராமேஸ்வரத்திற்கு செல்ல வேண்டும் என்பதால் பலரது மனதில் பாம்பன் ரயில் பாலத்தின் மீது பயணிக்கும்போதே அலாதி இன்பம் தொற்றிக்கொள்ளும். இராமேஸ்வரத்தை 2.3 கி.மீ நீளம் கொண்ட பாம்பன் பாலம் தமிழகத்திற்குள்ளாக்கியது ஒரு தனி சிறப்பு தான். இந்த 2.3 கி மீட்டரில் ,ரயிலில் மணிக்கு 1.5 கிலோ மீட்டர் என்ற வேகத்தில் பயணிக்கும் போது, இரண்டு பக்கமும் வீசுகின்ற மெல்லிய கடல் காற்று அதற்கேற்ப அலைகள் எழுப்பும் ஓசை, இவை அனைத்தையும் ரயில் ஜன்னலோர இருக்கையில் அமர்ந்து கொண்டு உணரும் போது நம் மனதில் இளையராஜாவின் மெலடி மெட்டுக்கள் நம் நினைவில் வருவதை தடுக்க முடியாது.

தனித்தீவு இராமேஸ்வரம்

இராமேஸ்வரம் என்பது ஒரு தனி தீவு. இந்த தீவை சுற்றி சிறு-தீவுகள் இருக்கின்றன. தீபகற்ப பகுதியுடன் பாம்பன் பாலம் இத்தீவை இணைக்கின்றது. இங்கிருந்து இலங்கையின் மன்னார் தீவு 50 கிமீ தொலைவில் உள்ளது. இராமர் இலங்கையிலிருந்து தனது மனைவி சீதையை மீட்க சென்ற போது இங்கிருந்துதான் பாலம் அமைத்ததாக கதைகள் சொல்லும். இராமர் இங்கு சிவனை வழிபட்டதாக நம்பப்படு-கின்றது. இக்கோவில் இந்து சமயத்தின் பிரிவுகளான சைவம், வைணவம் ஆகிய இரண்டிற்கும் முதன்மையாக உள்ளது. இவ்விடம் இராமநாதசு-வாமி கோவிலையும், இலங்கை செல்வதற்கான வாயிலாக இருந்ததை மைய வரலாறாக கொண்டுள்ளது.

மதுரை நாயக்கர்களிடமிருந்து பிரிந்த சேதுபதிகள் இராமநாதபுரத்தை ஆளத் தொடங்கினர். 18வது நூற்றாண்டில் சந்தா சாகிப் (1740 1754), ஆற்காடு நவாப், மருதநாயகம் (1725 1764) ஆகி-யோரால் கையகப்படுத்தப்பட்டது. கிபி 1795யில் இராமேசுவரம்பிரித்தா-னிய கிழக்கிந்திய நிறுவனத்தின் நேரடிக் கட்டுப்பாட்டில் வந்தது.அதற்கு பின் சென்னை மாகாணத்துடன் இணைக்கப்பட்டது. 1947க்குப் பிறகு சுதந்திர இந்தியாவின் பகுதியாயிற்று.

இப்படி பல்வேறு ஆட்சியின் கீழ் இராமேஸ்வரம் இருந்ததால். இங்கு நாம் அனைத்து மதத்தை சார்ந்த மக்களையும் பரவலாக காண முடியும்.

மீன் பிடி தொழில் தான் இராமேஸ்வரத்தின் முதன்மையான தொழில். இங்கு செய்யப்பட்டு வரும் மற்ற தொழில்களெல்லாம் சுற்றுலா பயணிகளையும் ஆன்மீகத்தையும் மையம் கொண்டவை. இராமேஸ்வரத்தில் பிடிக்கப்படும் மீன்கள் நாட்டின் பல இடங்களுக்கு வணிகம் சார்ந்து கொண்டு செல்லப்படுகிறது.

தனுஷ்கோடி

ராமேஸ்வரத்தில் இருந்து தனுஷ்கோடி 14 கி.மீ தொலைவில் உள்ளது. செல்லும் வழியில் வலது புறம் வெகு அருகில் இந்தியப் பெருங்கடலையும், இடது புறம் வங்கக் கடலையும் கொண்டுள்ளது. சீறும் இந்தியையப்பெருங்கடல் ஆண்கடலாகவும், பொறுமையாய் அலையற்றதாய் இருக்கும்வங்கக் கடலை பெண் கடலாகவும் குறிப்பிடுகிறார்கள்.

1964ம் ஆண்டு டிசம்பர் 23ம் தேதியன்று தனுஷ்கோடியைத் தாக்கிய ஆழிப்பேரலை, அழகிய தனுஷ்கோடியை சின்னாபின்னமாக்கி, அலங்கோலப்படுத்தி விட்டுப் போனது. மன்னார்வளைகுடாவில் ஏற்பட்ட புயல் கரையை கடந்த போது ராட்சத அலைகள் எழுந்து ஊருக்குள் புகுந்தது. அதை அப்போது கடல் கொந்தளிப்பு என்று பொதுவான வார்த்தையால் அழைத்தனர். அன்றெல்லாம் சுனாமி என்றால் என்ன என்றே அக்காலத்து மக்களுக்குத் தெரியவில்லை. ஆனால் நமது காலத்தில் நம்மைத் தாக்கிய சுனாமியைப் போன்ற ஆழிப் பேரலைதான் அன்றைய தனுஷ்கோடியையும் அலைக்கழித்துள்ளது. இந்த அலை 20 அடி உயரத்துக்கு ராட்சத அளவில் எழும்பி வந்தது.

தலைமன்னாரைக் கடக்கும் பொழுது மணிக்கு 150 கி.மீ வேகத்தில் நகர்ந்த புயல், தனுஷ்கோடியை தாக்கும் பொழுது மணிக்கு 250 கி.மீ வேகத்தில் தாக்கியுள்ளது. விளைவு 2000 மக்களின் உயிரைக் குடித்தது. 1500 ஏக்கருக்கும் மேலான நிலப்பரப்பை நீருக்குள் இழுத்துக் கொண்டது. சொல்லப் போனால் மூன்று முழு கிராமங்கள்இன்றும் கடலடியில் தான் இளைப்பாறிக் கொண்டுள்ளன. தனுஷ்கோடி துறைமுகத்தையும் சேர்த்து

நான் முதல் முறையாக தனுஷ்கோடிக்கு சென்று வந்த் பின் இந்த பெயரும் பெயர்சார்ந்த இடமும் மீது எப்போது ஏன்எதற்கு என்றுதெரியாமல் எனக்கு ஒரு மிக பெரிய ஈர்ப்பு இருந்து கொண்டிருக்கிறது. சற்றே அமானுஷ்யம்பரவிய மணற்பரப்பு, ஓயாமல்அடித்துக் கொண்டு இருக்கும் கடல்காற்று. ஒரு புறம் சாதுவான வங்கக்கடலையும், மறுபுறம் ஆற்

பரிக்கும்இந்தியப் பெருங்கடலையும்தனக்கான எல்லைகளாகவரையறுத்-துக் கொண்டு அழிந்தும் அழியாமலும் சோகங்களை, தொலைந்துபோன ஆன்மாக்களைத் தேடி நிற்கிறது தனுஷ்கோடி..

புயலுக்கு முன் தனுஷ்கோடி தமிழகத்தின் மிக முக்கியமான வர்த்தக நகரம். சென்னைதூத்துக்குடிக்குப் பின் மிக முக்கியமான துறைமுக நகரமாகவும் விளங்கியது.பிரிட்டிஷ் அரசு, இந்தியாவையும் இலங்கை-யையும் ஒருசேர ஆண்டுகொண்டிருந்த 18 — 20 ம் நூற்றாண்டுகளில் கப்பல் போக்குவரத்து மூலம்வியாபாரமும் செழிப்பாக நடந்து கொண்டி-ருந்தது.

மற்றும் தனுஷ்கோடி பற்றி புயலுக்கு முன் புயலுக்குப் பின் என்று பார்த்தோமானால் ராமேஸ்வரம் இராமன் வழிபட்ட தீர்த்த தலம் மட்-டுமே. சொல்லிக் கொள்ளும்படியான வளர்ச்சி எதுவும் அடைந்திருக்க-வில்லை. தனுஷ்கோடியோ துறவிகளும் யாத்ரீகர்களும் வியாபாரிகளும் வெளிநாட்டவர்களும் வந்து செல்கின்ற மிகவும் பரபரப்பான ஒரு நகரம். மிகப்பெரிய ரயில் நிலையம், தபால் நிலையம், தந்தி அலுவலகம், சுங்-கத்துறை அலுவலகம்,மேல்நிலைப் பள்ளி, மாநிலத்தின் மிக முக்கியமான துறைமுகம் என்று பரபரப்பாக இயங்குகின்ற மிக முக்கியமான வர்த்தக நகரம். மீன் கருவாடு உப்பு போன்றவை மிக முக்கியமான ஏற்றுமதிப் பொருட்கள். மேலும் இந்தியாவிலிருந்து இலங்கை சென்று வர விசா தேவை இல்லை என்பதால் மக்கள் போக்குவரத்தும் அதிகம்.

பரபரப்பாக இயங்கிக் கொண்டிருந்த துறைமுகம், அதனருகே ரயில்வே நிலையம், நிரம்பி வழியும் சுற்றுலாப் பயணிகள், இருபுறமும் நீலவர்ணத்தில் கடலும், இதமானக் காற்றும். தேனியைப் போன்று சுறு-சுறுப்பாக எந்த நேரமும் மீன்களைப் பிடிக்கும் மீனவர்கள் இவையெல்-லாம் ஒரு காலத்தில் தனுஷ்கோடியின் அடையாளமாக இருந்தது. இது எல்லாம் 1964-ம் ஆண்டு டிசம்பர்-24 அன்று தாக்கியப் புயலில் இந்-தியாவின் தேசப் படத்திலிருந்து தனுஷ்கோடி துறைமுகம் காணாமல் போனது. அன்று தாக்கியப் புயலின் கோரத்திலிருந்து இன்று வரையிலும் இன்னும் மீளவே இல்லை

மக்கள் வாழத் தகுதியற்ற ஊர் என்று முத்திரை குத்தப்பட்ட தனுஷ்-கோடியில் இன்று 200 குடும்பங்கள் வரை வாழ்ந்து வருகிறார்கள். இவர்களுக்கு மின் இணைப்பு கிடையாது. இவர்களது இரவும் பகலும் மின்சாரம் இல்லாமல் தான் கழிகிறது. விடியற் காலை நேரங்களில்

சிமினி விளக்குகள் மட்டுமே தனுஷ்கோடிக்கு வெளிச்சம் தருகின்றன.

பழங்கதைகளில் இலங்கையையும் தமிழ்நாடையும் இணைக்கும் இடமாக ராமேஸ்வரம் இருந்தது.இந்து புராணங்களில் இந்த இடம் முக்-கியமான பங்கு வகிக்கின்றது, முக்கியமாக ராமாயணம். இந்த ஊர் இந்து யாத்திரையில் மிக முக்கியமான இடம். இந்தியா முழுவதும் உள்ள இந்து பக்தர்கள் வாழ்க்கையில் ஒரு முறையாவது ராமேஸ்வரத்-திற்கு வந்துவிடவேண்டும் என்று ஆசைப்படுவார்கள்.

ராமநாதசுவாமி கோவில் தவிர, ராமேஸ்வரம் புயலுக்கு சூறாவளிக்-கும் பிரபலமானது.1964இல் வந்த சூறாவளி தனுஷ்கோடியை முழுவதும் அழித்து,மனிதர்கள் வாழ முடியாத இடமாக ஆக்கி விட்டது. இயற்கை தன் சீற்றத்தை காட்டும் இடமாக இருந்தாலும், இந்தியாவில் முதல் கடல் பாலம் பாம்பன் பாலம் இங்கே தான் கட்டப்பட்டுள்ளது.

ராமேஸ்வரம் கோவிலுக்கு பிரபலமாக இருந்தாலும் அங்கே வாழும் மக்களுக்கு மீன் பிடிப்பது தான் தொழில்.

சுத்தமான இம்மாதிரி கடற்கரைகளை இந்தியாவில் வெகு இடத்தில் பார்க்க முடியாது.

நான்

வாசகர்ளால் நான்
வாசகர்களுக்காக நான்

முற்போக்கு எழுத்தாளர் வி.எஸ்.ரோமா – கோயம்புத்தூர்
+91 82480 94200
20 புத்தகங்கள் எழுதியுள்ளேன்
விருதுகள் பல பெற்றுள்ளேன்.
கதை , கவிதை, கட்டுரை, நாவல் பொன்மொழி, நாடகம்
எழுதுவேன்.

என்
எழுத்து
என் மூச்சுள்ள வரை
என் வாசிப்பே
என் சுவாசிப்பு

என்றும்
எழுதிக் கொண்டிருக்க வே
என் ஆசை

நான் திருமணமே செய்து கொள்ளாத பெண்மணி என்பதில்
எனக்கு மகிழ்வே.

என் எழுத்துக்கு முழு ஒத்துழைப்பு கொடுப்பவர்கள் என்
பெற்றோர்களே.

தந்தை
கா சுப்ரமணியன் _ தாசில்தார் - ஓய்வு

தாய்.
சு. கிருஷ்ணவேணி

என் பெற்றோர்களே
என்
எழுத்துக்கும்
எனக்கும் முழு ஒத்துழைப்பு தருகின்றவர்கள் என்பதில்
எனக்கு மகிழ்ச்சியே.

நான் ரோமா ரேடியோ
என்ற பெயரில் எஃப் எம் ஆரம்பித்துள்ளேன்.

என்
எழுத்து
என் ரோமா வானொலி மூலம்
எங்கும் ஒலிக்க
எட்டு திக்கும் ஒலிக்க
என் ஆவல்.

பெண்களை

பெரிதாக நினைத்துப்
பெரும் மகிழ்ச்சியடைந்து
பெருமைப் படுத்த வேண்டும்.

முற்போக்கு எழுத்தாளர்
வி.எஸ். ரோமா
Roma Radio
கோயம்புத்தூர்
+91 82480 94200